Grænlendinga Saga

Eiríks Saga Rauða

Traditional

Grænlendinga Saga/Eiríks Saga Rauða
Copyright © JiaHu Books 2015
First Published in Great Britain in 2015 by Jiahu Books – part of
Richardson-Prachai Solutions Ltd, 34 Egerton Gate, Milton Keynes,
MK5 7HH
ISBN: 978-1-78435-134-2
A CIP catalogue record for this book is available from the British
Library
Visit us at: jiahubooks.co.uk

GRÆNLENDINGA SAGA

EIRÍKS SAGA RAUÐA

GRÆNLENDINGA SAGA

1. kafli

Herjúlfur var Bárðarson Herjúlfssonar. Hann var frændi Ingólfs landnámamanns. Þeim Herjúlfi gaf Ingólfur land á milli Vogs og Reykjaness. Herjúlfur bjó fyrst á Drepstokki. Þorgerður hét kona hans en Bjarni son þeirra og var hinn efnilegsti maður. Hann fýstist utan þegar á unga aldri. Varð honum gott bæði til fjár og mannvirðingar og var sinn vetur hvort, utan lands eða með föður sínum. Brátt átti Bjarni skip í förum. Og hinn síðasta vetur er hann var í Noregi þá brá Herjúlfur til Grænlandsferðar með Eiríki og brá búi sínu. Með Herjúlfi var á skipi suðureyskur maður, kristinn, sá er orti Hafgerðingadrápu. Þar er þetta stef í:

Mínar bið eg að munka reyni

meinalausan farar beina,

heiðis haldi hárrar foldar

hallar drottinn yfir mér stalli.

Herjúlfur bjó á Herjúlfsnesi. Hann var hinn göfgasti maður.

Eiríkur rauði bjó í Brattahlíð. Hann var þar með mestri virðingu og lutu allir til hans. Þessi voru börn Eiríks: Leifur, Þorvaldur og Þorsteinn en Freydís hét dóttir hans. Hún var gift þeim manni er er Þorvarður hét og bjuggu þau í Görðum þar sem nú er biskupsstóll. Hún var svarri mikill en Þorvarður var lítilmenni. Var hún mjög gefin til fjár.

Heiðið var fólk á Grænlandi í þann tíma.

Það sama sumar kom Bjarni skipi sínu á Eyrar er faðir hans hafði brott siglt um vorið. Þau tíðindi þóttu Bjarna mikil og vildi eigi bera af skipi sínu. Þá spurðu hásetar hans hvað er hann bærist fyrir en hann svaraði að hann ætlaði að að halda siðvenju sinni og þiggja að föður sínum veturvist "og vil eg halda skipinu til Grænlands ef þér viljið mér fylgd veita"

Allir kváðust hans ráðum fylgja vilja.

Þá mælti Bjarni: "Óviturleg mun þykja vor ferð þar sem engi vor hefir komið í Grænlandshaf."

En þó halda þeir nú í haf þegar þeir voru búnir og sigldu þrjá daga þar til er landið var vatnað en þá tók af byrina og lagði á norrænur og þokur og vissu þeir eigi hvert að þeir fóru og skipti það mörgum dægrum.

Eftir það sáu þeir sól og máttu þá deila áttir, vinda nú segl og sigla þetta dægur áður þeir sáu land og ræddu um með sér hvað landi þetta mun vera en Bjarni kveðst hyggja að það mundi eigi Grænland.

Þeir spyrja hvort hann vill sigla að þessu landi eða eigi.

"Það er mitt ráð að sigla í nánd við landið."

Og svo gera þeir og sáu það brátt að landið var ófjöllótt og skógi vaxið og smár hæðir á landinu og létu landið á bakborða og létu skaut horfa á land.

Síðan sigla þeir tvö dægur áður þeir sáu land annað.

Þeir spyrja hvort Bjarni ætlaði það enn Grænland.

Hann kvaðst eigi heldur ætla þetta Grænland en hið fyrra "því að jöklar eru mjög miklir sagðir á Grænlandi"

6

Þeir nálguðust brátt þetta land og sáu það vera slétt land og viði vaxið. Þá tók af byr fyrir þeim. Þá ræddu hásetar það að þeim þótti það ráð að taka það land en Bjarni vill það eigi. Þeir þóttust bæði þurfa við og vatn.

"Að öngu eruð þér því óbirgir" segir Bjarni en þó fékk hann af því nokkuð ámæli af hásetum sínum.

Hann bað þá vinda segl og svo var gert og settu framstafn frá landi og sigla í haf útsynningsbyr þrjú dægur og sáu þá landið þriðja. En það land var hátt og fjöllótt og jökull á.

Þeir spyrja þá ef Bjarni vildi að landi láta þar en hann kvaðst eigi það vilja "því að mér líst þetta land ógagnvænlegt."

Nú lögðu þeir eigi segl sitt, halda með landinu fram og sáu að það var eyland, settu enn stafn við því landi og héldu í haf hinn sama byr. En veður óx í hönd og bað Bjarni þá svipta og eigi sigla meira en bæði dygði vel skipi þeirra og reiða, sigldu nú fjögur dægur.

Þá sáu þeir land hið fjórða. Þá spurðu þeir Bjarna hvort hann ætlaði þetta vera Grænland eða eigi.

Bjarni svarar: "Þetta er líkast því er mér er sagt frá Grænlandi og hér munum vér að landi halda."

Svo gera þeir og taka land undir einhverju nesi að kveldi dags og var þar bátur á nesinu. En þar bjó Herjúlfur faðir Bjarna á því nesi og af því hefir nesið nafn tekið og er síðan kallað Herjúlfsnes. Fór Bjarni nú til föður síns og hættir nú siglingu og er með föður sínum meðan Herjúlfur lifði. Og síðan bjó hann þar eftir föður sinn.

2. kafli

Það er nú þessu næst að Bjarni Herjúlfsson kom utan af Grænlandi á fund Eiríks jarls og tók jarl við honum vel. Sagði Bjarni frá ferðum sínum er hann hafði lönd séð og þótti mönnum hann verið hafa

7

óforvitinn er hann hafði ekki að segja af þeim löndum og fékk hann af því nokkuð ámæli.

Bjarni gerðist hirðmaður jarls og fór út til Grænlands um sumarið eftir. Var nú mikil umræða um landaleitan.

Leifur son Eiríks rauða úr Brattahlíð fór á fund Bjarna Herjúlfssonar og keypti skip að honum og réð til háseta svo að þeir voru hálfur fjórði tugur manna saman. Leifur bað föður sinn Eirík að hann mundi enn fyrir vera förinni.

Eiríkur taldist heldur undan, kveðst þá vera hniginn í aldur og kveðst minna mega við vosi öllu en var. Leifur kveður hann enn mundu mestri heill stýra af þeim frændum. Og þetta lét Eiríkur eftir Leifi og ríður heiman þá er þeir eru að því búnir og var þá skammt að fara til skipsins. Drepur hesturinn fæti, sá er Eiríkur reið, og féll hann af baki og lestist fótur hans.

Þá mælti Eiríkur "Ekki mun mér ætlað að finna lönd fleiri en þetta er nú byggjum vér. Munum vér nú ekki lengur fara allir samt."

Fór Eiríkur heim í Brattahlíð en Leifur réðst til skips og félagar hans með honum, hálfur fjóði tugur manna. Þar var suðurmaður einn í ferð er Tyrkir hét.

Nú bjuggu þeir skip sitt og sigldu í haf þá er þeir voru búnir og fundu þá það land fyrst er þeir Bjarni fundu síðast. Þar sigla þeir að landi og köstuðu akkerum og skutu báti og fóru á land og sáu þar eigi gras. Jöklar miklir voru allt hið efra en sem ein hella væri allt til jöklanna frá sjónum og sýndist þeim það land vera gæðalaust.

Þá mælti Leifur: "Eigi er oss nú það orðið um þetta land sem Bjarna að vér höfum eigi komið á landið. Nú mun eg gefa nafn landinu og kalla Helluland."

8

Síðan fóru þeir til skips. Eftir þetta sigla þeir í haf og fundu land annað, sigla enn að landi og kasta akkerum, skjóta síðan báti og ganga á landið. Það land var slétt og skógi vaxið og sandar hvítir víða þar sem þeir fóru og ósæbratt.

Þá mælti Leifur: "Af kostum skal þessu landi nafn gefa og kalla Markland."

Fóru síðan ofan aftur til skips sem fljótast.

Nú sigla þeir þaðan í haf landnyrðingsveður og voru úti tvö dægur áður þeir sáu land og sigldu að landi og komu að ey einni er lá norður af landinu og gengu þar upp og sáust um í góðu veðri og fundu það að dögg var á grasinu og varð þeim það fyrir að þeir tóku höndum sínum í döggina og brugðu í munn sér og þóttust ekki jafnsætt kennt hafa sem það var.

Síðan fóru þeir til skips síns og sigldu í sund það er lá milli eyjarinnar og ness þess er norður gekk af landinu, stefndu í vesturátt fyrir nesið. Þar var grunnsævi mikið að fjöru sjóvar og stóð þá uppi skip þeirra og var þá langt til sjóvar að sjá frá skipinu.

En þeim var svo mikil forvitni á að fara til landsins að þeir nenntu eigi þess að bíða að sjór félli undir skip þeirra og runnu til lands þar er á ein féll úr vatni einu. En þegar sjór féll undir skip þeirra þá tóku þeir bátinn og réru til skipsins og fluttu það upp í ána, síðan í vatnið og köstuðu þar akkerum og báru af skipi húðföt sín og gerðu þar búðir, tóku það ráð síðan að búast þar um þann vetur og gerðu þar hús mikil.

Hvorki skorti þar lax í ánni né í vatninu og stærra lax en þeir hefðu fyrr séð.

Þar var svo góður landskostur, að því er þeim sýndist, að þar mundi engi fénaður fóður þurfa á vetrum. Þar komu engi frost á vetrum og lítt rénuðu þar grös. Meira var þar jafndægri en á Grænlandi eða Íslandi. Sól hafði þar eyktarstað og dagmálastað um skammdegi.

En er þeir höfðu lokið húsgerð sinni þá mælti Leifur við föruneyti sitt: "Nú vil eg skipta láta liði voru í tvo staði og vil eg kanna láta landið og skal helmingur liðs vera við skála heima en annar helmingur skal kanna landið og fara eigi lengra en þeir komi heim að kveldi og skiljist eigi."

Nú gerðu þeir svo um stund. Leifur gerði ýmist, að hann fór með þeim eða var heima að skála.

Leifur var mikill maður og sterkur, manna skörulegastur að sjá, vitur maður og góður hófsmaður um alla hluti.

3. kafli

Á einhverju kveldi bar það til tíðinda að manns var vant af liði þeirra og var það Tyrkir suðurmaður. Leifur kunni því stórilla því að Tyrkir hafði lengi verið með þeim feðgum og elskað mjög Leif í barnæsku. Taldi Leifur nú mjög á hendur förunautum sínum og bjóst til ferðar að leita hans og tólf menn með honum.

En er þeir voru skammt komnir frá skála þá gekk Tyrkir í mót þeim og var honum vel fagnað.

Leifur fann það brátt að fóstra hans var skapgott. Hann var brattleitur og lauseygur, smáskitlegur í andliti, lítill vexti og vesallegur en íþróttamaður á alls konar hagleik.

Þá mælti Leifur til hans: "Hví varstu svo seinn fóstri minn og fráskili föruneytinu?"

Hann talaði þá fyrst lengi á þýsku og skaut marga vega augunum og gretti sig. En þeir skildu eigi hvað er hann sagði.

Hann mælti þá á norrænu er stund leið: "Eg var genginn eigi miklu lengra en þið. Kann eg nokkur nýnæmi að að segja. Eg fann vínvið og vínber."

"Mun það satt fóstri minn?" kvað Leifur.

"Að vísu er það satt," kvað hann, "því að eg var þar fæddur er hvorki skorti vínvið né vínber."

Nú sváfu þeir af þá nótt en um morguninn mælti Leifur við háseta sína: "Nú skal hafa tvennar sýslur fram og skal sinn dag hvort, lesa vínber eða höggva vínvið og fella mörkina svo að það verði farmur til skips míns."

Og þetta var ráðs tekið.

Svo er sagt að eftirbátur þeirra var fylltur af vínberjum.

Nú var hogginn farmur á skipið.

Og er vorar þá bjuggust þeir og sigldu burt og gaf Leifur nafn landinu eftir landkostum og kallaði Vínland, sigla nú síðan í haf og gaf þeim vel byri þar til er þeir sáu Grænland og fjöll undir jöklum.

Þá tók einn maður til máls og mælti við Leif: "Hví stýrir þú svo mjög undir veður skipinu?"

Leifur svaraði: "Eg hygg að stjórn minni en þó enn að fleira. Eða hvað sjáið þér til tíðinda?"

Þeir kváðust ekki sjá það er tíðindum sætti.

"Eg veit eigi," segir Leifur, "hvort eg sé skip eða sker."

Nú sjá þeir og kváðu sker vera. Hann sá því framar en þeir að hann sá menn í skerinu.

"Nú vil eg að vér beitum undir veðrið, "segir Leifur, "svo að vér náum til þeirra ef menn eru þurftugir að ná vorum fundi og er nauðsyn á að duga þeim. En með því að þeir séu eigi friðmenn þá eigum vér allan kost undir oss en þeir ekki undir sér."

Nú sækja þeir undir skerið og lægðu segl sitt, köstuðu akkeri og skutu litlum báti öðrum er þeir höfðu haft með sér. Þá spurði Leifur hver þar réði fyrir liði.

Sá kveðst Þórir heita og vera norænn maður að kyni "eða hvert er þitt nafn?"

Leifur segir til sín.

"Ertu son Eiríks rauða úr Brattahlíð?" segir hann.

Leifur kvað svo vera: "Nú vil eg, "segir Leifur, "bjóða yður öllum á mitt skip og fémunum þeim er skipið má við taka."

Þeir þágu þann kost og sigldu síðan til Eiríksfjarðar með þeim farmi þar til er þeir komu til Brattahlíðar, báru farminn af skipi. Síðan bauð Leifur Þóri til vistar með sér og Guðríði konu hans og þrem mönnum öðrum en fékk vistir öðrum hásetum, bæði Þóris og sínum félögum. Leifur tók fimmtán menn úr skerinu. Hann var síðan kallaður Leifur hinn heppni. Leifi varð nú bæði gott til fjár og mannvirðingar.

Þann vetur kom sótt mikil í lið Þóris og andaðist hann Þórir og mikill hluti liðs hans. Þann vetur andaðist og Eiríkur rauði.

Nú var umræða mikil um Vínlandsför Leifs og þótti Þorvaldi bróður hans of óvíða kannað hafa verið landið.

Þá mælti Leifur við Þorvald: "Þú skalt fara með skip mitt bróðir ef þú vilt til Vínlands og vil eg þó að skipið fari áður eftir viði þeim er Þórir átti í skerinu."

Og svo var gert.

4. kafli

Nú bjóst Þorvaldur til þeirrar ferðar með þrjá tigi manna með umráði Leifs bróður síns. Síðan bjuggu þeir skip sitt og héldu í haf og er engi frásögn um ferð þeirra fyrr en þeir koma til Vínlands til Leifsbúða og bjuggu þar um skip sitt og sátu um kyrrt þann vetur og veiddu fiska til matar sér.

En um vorið mælti Þorvaldur að þeir skyldu búa skip sitt og skyldi eftirbátur skipsins og nokkurir menn með fara fyrir vestan landið og kanna þar um sumarið. Þeim sýndist landið fagurt og skógótt, og skammt milli skógar og sjóvar, og hvítir sandar. Þar var eyjótt mjög og grunnsævi mikið.

Þeir fundu hvergi mannavistir né dýra en í eyju einni vestarlega fundu þeir kornhjálm af tré. Eigi fundu þeir fleiri mannaverk og fóru aftur og komu til Leifsbúða að hausti.

En að sumri öðru fór Þorvaldur fyrir austan með kaupskipið og hið nyrðra fyrir landið. Þá gerði að þeim veður hvasst fyrir andnesi einu og rak þá þar upp og brutu kjölinn undan skipinu og höfðu þar langa dvöl og bættu skip sitt.

Þá mælti Þorvaldur við förunauta sína: "Nú vil eg að vér reisum hér upp kjölinn á nesinu og köllum Kjalarnes."

Og svo gerðu þeir.

Síðan sigla þeir þaðan í braut og austur fyrir landið og inn í fjarðarkjafta þá er þar voru næstir og að höfða þeim er þar gekk fram. Hann var allur skógi vaxin. Þá leggja þeir fram skip sitt í lægi og skjóta bryggjum á land og gengur Þorvaldur þar á land upp með alla förunauta sína.

Hann mælti þá: "Hér er fagurt og hér vildi eg bæ minn reisa."

Ganga síðan til skips og sjá á sandinum inn frá höfðanum þrjár hæðir og fóru til þangað og sjá þar húðkeipa þrjá og þrjá menn undir hverjum. Þá skiptu þeir liði sínu og höfðu hendur á þeim öllum nema einn komst í burt með keip sinn. Þeir drepa hina átta og ganga síðan aftur á höfðann og sjást þar um og sjá inn í fjörðinn hæðir nokkurar og ætluðu þeir það vera byggðir.

Eftir það sló á þá höfga svo miklum að þeir máttu eigi vöku halda og sofna þeir allir. Þá kom kall yfir þá svo að þeir vöknuðu allir.

Svo segir kallið: "Vaki þú Þorvaldur og allt föruneyti þitt ef þú vilt líf þitt hafa og far þú á skip þitt og allir menn þínir og farið frá landi sem skjótast."

Þá fór innan eftir firðinum ótal húðkeipa og lögðu að þeim.

Þorvaldur mælti þá: "Vér skulum færa út á borð vígfleka og verjast sem best en vega lítt í mót."

Svo gera þeir en Skrælingjar skutu á þá um stund en flýja síðan í burt sem ákafast hver sem mátti.

Þá spurði Þorvaldur menn sína ef þeir væru nokkuð sárir. Þeir kváðust eigi sárir vera.

"Ég hef fengið sár undir hendi", segir hann, "og fló ör milli skipborðsins og skjaldarins undir hönd mér og er hér örin, en mun mig þetta til bana leiða. Nú ræð ég að þér búið ferð yðra sem fljótast aftur á leið en þér skuluð færa mig á höfða þann er mér þótti byggilegast vera. Má það vera að mér hafi satt á munn komið að eg muni þar búa á um stund. Þar skuluð þér mig grafa og setja krossa að höfði mér og að fótum og kallið það Krossanes jafnan síðan."

Grænland var þá kristnað en þó andaðist Eiríkur rauði fyrir kristni.

Nú andaðist Þorvaldur en þeir gerðu allt eftir því sem hann hafði mælt og fóru síðan og hittu þar förunauta sína og sögðu hvorir öðrum slík tíðindi sem vissu og bjuggu þar þann vetur og fengu sér vínber og vínvið til skips síns.

Nú búast þeir þaðan um vorið eftir til Grænlands og komu skipi sínu í Eiríksfjörð og kunnu Leifi að segja mikil tíðindi.

5. kafli

Það hafði gerst til tíðinda meðan á Grænlandi að Þorsteinn í Eiríksfirði hafði kvongast og fengið Guðríðar Þorbjarnardóttur er átt hafði Þórir austmaður er fyrr var frá sagt.

Nú fýstist Þorsteinn Eiríksson að fara til Vínlands eftir líki Þorvalds bróður síns og bjó skip hið sama og valdi hann lið að afli og vexti og hafði með sér hálfan þriðja tug manna og Guðríði konu sína og sigla í haf þegar þau eru búin og úr landsýn. Þau velkti úti allt sumarið og vissu eigi hvar þau fóru.

Og er vika var af vetri þá tóku þeir land í Lýsufirði á Grænlandi í hinni vestri byggð. Þorsteinn leitaði þeim um vistir og fékk vistir öllum hásetum sínum. En hann var vistlaus og kona hans. Nú voru þau eftir að skipi tvö nokkurar nætur. Þá var enn ung kristni á Grænlandi.

Það var einn dag að menn komu að tjaldi þeirra snemma. Sá spurði er fyrir þeim var hvað manna væri í tjaldinu.

Þorsteinn svarar: "Tveir menn," segir hann, "eða hver spyr að?"

"Þorsteinn heiti eg og er eg kallaður Þorsteinn svartur. En það er erindi mitt hingað að eg vil bjóða ykkur báðum hjónum til vistar til mín."

Þorsteinn kveðst vilja hafa umræði konu sinnar en hún bað hann ráða og nú játar hann þessu.

"Þá mun eg koma eftir ykkur á morgun með eyki því að mig skortir ekki til að veita ykkur vist en fásinni er mikið með mér að vera því að tvö erum við þar hjón því að eg er einþykkur mjög. Annan sið hefi eg og en þér hafið og ætla eg þann þó betra er þér hafið."

Nú kom hann eftir þeim um morguninn með eyki og fóru þau með Þorsteini svarta til vistar og veitti hann þeim vel.

Guðríður var sköruleg kona að sjá og vitur kona og kunni vel að vera með ókunnugum mönnum.

Það var snemma vetrar að sótt kom í lið Þorsteins Eiríkssonar og önduðust þar margir förunautar.

Þorsteinn bað gera kistur að líkum þeirra er önduðust og færa til skips og búa þar um "því að eg vil láta flytja til Eiríksfjarðar að sumri öll líkin."

Nú er þess skammt að bíða að sótt kemur í híbýli Þorsteins og tók kona hans sótt fyrst er hét Grímhildur. Hún var ákaflega mikil og sterk sem karlar en þó kom sóttin henni undir. Og brátt eftir það tók sóttina Þorsteinn Eiríksson og lágu þau bæði senn og andaðist Grímhildur kona Þorsteins svarta.

En er hún var dauð þá gekk Þorsteinn fram úr stofunni eftir fjöl að leggja á líkið. Guðríður mælti þá: "Vertu litla hríð í brott Þorsteinn minn," segir hún.

Hann kvað svo vera skyldu.

Þá mælti Þorsteinn Eiríksson: "Með undarlegum hætti er nú um húsfreyju vora því að nú örglast hún upp við ölnboga og þokar fótum sínum frá stokki og þreifar til skúa sinna."

Og í því kom Þorsteinn bóndi inn og lagðist Grímhildur niður í því og brakaði þá í hverju tré í stofunni. Nú gerir Þorsteinn kistu að líki Grímhildar og færði í brott og bjó um. Hann var bæði mikill maður og sterkur og þurfti hann þess alls áður hann kom henni burt af bænum.

Nú elnaði sóttin Þorsteini Eiríkssyni og andaðist hann. Guðríður kona hans kunni því lítt. Þá voru þau öll í stofunni. Guðríður hafði setið á stóli frammi fyrir bekknum er hann hafði legið Þorsteinn bóndi hennar. Þá tók Þorsteinn bóndi Guðríði af stólinum í fang sér og settist í bekkinn annan með hana gegnt líki Þorsteins og taldi um fyrir henni marga vega og huggaði hana og hét henni því að hann mundi fara með henni til Eiríksfjarðar með líki Þorsteins bónda hennar og förunauta hans.

"Og svo skal eg taka hingað hjón fleiri," segir hann, "þér til huggunar og skemmtanar."

Hún þakkaði honum.

Þorsteinn Eiríksson settist þá upp og mælti: "Hvar er Guðríður?"

Þrjá tíma mælti hann þetta en hún þagði.

Þá mælti hún við Þorstein bónda: "Hvort skal eg svör veita hans máli eða eigi?"

Hann bað hana eigi svara. Þá gekk Þorsteinn bóndi yfir gólfið og settist á stólinn en Guðríður sat í knjám honum.

Og þá mælti Þorsteinn bóndi: "Hvað viltu nafni?" segir hann.

Hann svarar er stund leið: "Mér er annt til þess að segja Guðríði forlög sín til þess að hún kunni þá betur andláti mínu því að eg er kominn til góðra hvíldarstaða. En það er þér að segja Guðríður að þú munt gift vera íslenskum manni og munu langar vera samfarir ykkar og mart manna mun frá ykkur koma, þroskasamt, bjart og ágætt, sætt og ilmað vel. Munuð þið fara af Grænlandi til Noregs og þaðan til Íslands og gera bú á Íslandi. Þar munuð þið lengi búa og muntu honum lengur lifa. Þú munt utan fara og ganga suður og koma út aftur til Íslands til bús þíns og þá mun þar kirkja reist vera og muntu þar vera og taka nunnuvígslu og þar muntu andast."

Og þá hnígur Þorsteinn aftur og var búið um lík hans og fært til skips.

Þorsteinn bóndi efndi vel við Guðríði allt það er hann hafði heitið. Hann seldi um vorið jörð sína og kvikfé og fór til skips með Guðríði með allt sitt, bjó skipið og fékk menn til og fór síðan til Eiríksfjarðar. Voru nú líkin jörðuð að kirkju.

Guðríður fór til Leifs í Brattahlíð en Þorsteinn svarti gerði bú í Eiríksfirði og bjó þar meðan hann lifði og þótti vera hinn vaskasti maður.

6. kafli

Það sama sumar kom skip af Noregi til Grænlands. Sá maður hét Þorfinnur karlsefni er því skipi stýrði. Hann var son Þórðar hesthöfða Snorrasonar, Þórðarsonar frá Höfða.

Þorfinnur karlsefni var stórauðigur að fé og var um veturinn í Brattahlíð með Leifi Eiríkssyni. Brátt felldi hann hug til Guðríðar og bað hennar en hún veik til Leifs svörum fyrir sig. Síðan var hún honum föstnuð og gert brúðhlaup þeirra á þeim vetri.

Hin sama var umræða á Vínlandsför sem fyrr og fýstu menn Karlsefni mjög þeirrar ferðar, bæði Guðríður og aðrir menn. Nú var ráðin ferð hans og réð hann sér skipverja, sex tigi karla og konur fimm.

Þann máldaga gerðu þeir Karlsefni og hásetar hans að jöfnum höndum skyldu þeir hafa allt það er þeir fengju til gæða. Þeir höfðu með sér alls konar fénað því að þeir ætluðu að byggja landið ef þeir mættu það. Karlsefni bað Leif húsa á Vínlandi en hann kveðst ljá mundu húsin en gefa eigi.

Síðan héldu þeir í haf skipinu og komu til Leifsbúða með heilu og höldnu og báru þar upp húðföt sín. Þeim bar brátt í hendur mikil föng og góð því að reyður var þar upp rekin, bæði mikil og góð, fóru til síðan og skáru hvalinn. Skorti þá eigi mat. Fénaður gekk þar á land upp en það var brátt að graðfé varð úrigt og gerði mikið um sig. Þeir höfðu haft með sér griðung einn.

Karlsefni lét fella viðu og telgja til skips síns og lagði viðinn á bjarg eitt til þurrkanar. Þeir höfðu öll gæði af landkostum þeim er þar voru, bæði af vínberjum og alls konar veiðum og gæðum.

Eftir þann vetur hinn fyrsta kom sumar. Þá urðu þeir varir við Skrælingja og fór þar úr skógi fram mikill flokkur manna. Þar var nær nautfé þeirra en graðungur tók að belja og gjalla ákaflega hátt. En það hræddust Skrælingjar og lögðu undan með byrðar sínar en það var grávara og safali og alls konar skinnavara og snúa til bæjar Karlsefnis og vildu þar inn í húsin en Karlsefni lét verja dyrnar. Hvorigir skildu annars mál.

Þá tóku Skrælingjar ofan bagga sína og leystu og buðu þeim og vildu vopn helst fyrir en Karlsefni bannaði þeim að selja vopnin.

Og nú leitar hann ráðs með þeim hætti að hann bað konur bera út búnyt að þeim og þegar er þeir sáu búnyt þá vildu þeir kaupa það en ekki annað. Nú var sú kauptör Skrælingja að þeir báru sinn varning í brott í mögum sínum en Karlsefni og förunautar hans höfðu eftir bagga þeirra og skinnavöru. Fóru þeir við svo búið í burt.

Nú er frá því að segja að Karlsefni lætur gera skíðgarð rammlegan um bæ sinn og bjuggust þar um. Í þann tíma fæddi Guðríður sveinbarn, kona Karlsefnis, og hét sá sveinn Snorri.

Á öndverðum öðrum vetri þá komu Skrælingjar til móts við þá og voru miklu fleiri en fyrr og höfðu slíkan varnað sem fyrr.

Þá mælti Karlsefni við konur: "Nú skuluð þér bera út slíkan mat sem fyrr var rífastur en ekki annað."

Og er þeir sáu það þá köstuðu þeir böggunum sínum inn yfir skíðgarðinn. En Guðríður sat í dyrum inni með vöggu Snorra sonar síns. Þá bar skugga í dyrin og gekk þar inn kona í svörtum námkyrtli, heldur lág, og hafði dregil um höfuð, og ljósjörp á hár, fölleit og mjög eygð svo að eigi hafði jafnmikil augu séð í einum mannshausi.

Hún gekk þar er Guðríður sat og mælti: "Hvað heitir þú?" segir hún.

"Ég heiti Guðríður eða hvert er þitt heiti?"

"Ég heiti Guðríður," segir hún.

Þá rétti Guðríður húsfreyja hönd sína til hennar að hún sæti hjá henni en það bar allt saman að þá heyrði Guðríður brest mikinn og var þá konan horfin og í því var og veginn einn Skrælingi af einum húskarli Karlsefnis því að hann hafði viljað taka vopn þeirra og fóru nú í brott sem tíðast en klæði þeirra lágu þar eftir og varningur. Engi maður hafði konu þessa séð utan Guðríður ein.

"Nú munum vér þurfa til ráða að taka," segir Karlsefni, "því að eg hygg að þeir muni vitja vor hið þriðja sinni með ófriði og fjölmenni. Nú skulum vér taka það ráð að tíu menn fari fram á nes þetta og sýni sig þar en annað lið vort skal fara í skóg og höggva þar rjóður fyrir nautfé vort þá er liðið kemur framúr skóginum. Vér skulum og taka gríðung vorn og láta hann fara fyrir oss."

En þar var svo háttað er fundur þeirra var ætlaður að vatn var öðru megin en skógur á annan veg. Nú voru þessi ráð höfð er Karlsefni lagði til.

Nú komu Skrælingjar í þann stað er Karlsefni hafði ætlað til bardaga. Nú var þar bardagi og féll fjöldi af liði Skrælingja. Einn maður var mikill og vænn í liði Skrælingja og þótti Karlsefni sem hann mundi vera höfðingi þeirra. Nú hafði einn þeirra Skrælingja tekið upp öxi eina og leit á um stund og reiddi að félaga sínum og hjó til hans. Sá féll þegar dauður. Þá tók sá hinn mikli maður við öxinni og leit á um stund og varp henni síðan á sjóinn sem lengst mátti hann. En síðan flýja þeir á skóginn svo hver sem fara mátti og lýkur þar nú þeirra viðskiptum.

Voru þeir Karlsefni þar þann vetur allan. En að vori þá lýsir Karlsefni að hann vill eigi þar vera lengur og vill fara til Grænlands. Nú búa þeir ferð sína og höfðu þaðan mörg gæði í vínviði og berjum og skinnavöru. Nú sigla þeir í haf og komu til Eiríksfjarðar skipi sínu heilu og voru þar um veturinn.

7. kafli

Nú tekst umræða að nýju um Vínlandsferð því að sú ferð þykir bæði góð til fjár og virðingar.

Það sama sumar kom skip af Noregi til Grænlands er Karlsefni kom af Vínlandi.

Því skipi stýrðu bræður tveir, Helgi og Finnbogi, og voru þann vetur á Grænlandi. Þeir bræður voru íslenskir að kyni og úr Austfjörðum. Þar er nú til að taka að Freydís Eiríksdóttir gerði ferð sína heiman úr Görðum og fór til fundar við þá bræður Helga og Finnboga og beiddi þá að þeir færu til Vínlands með farkost sinn og hafa helming gæða allra við hana, þeirra er þar fengjust. Nú játtu þeir því.

Þaðan fór hún á fund Leifs bróður síns og bað að hann gæfi henni hús þau er hann hafði gera látið á Vínlandi. En hann svarar hinu sama, kveðst ljá mundu hús en gefa eigi.

Sá var máldagi með þeim bræðrum og Freydísi að hvorir skyldu hafa þrjá tigi vígra manna á skipi og konur umfram. En Freydís brá af því þegar og hafði fimm mönnum fleira og leyndi þeim og urðu þeir bræður eigi fyrri við þá varir en þeir komu til Vínlands.

Nú létu þau í haf og höfðu til þess mælt áður að þau mundu samflota hafa ef svo vildi verða, og þess var lítill munur. En þó komu þeir bræður nokkuru fyrri og höfðu upp borið föng sín til húsa Leifs. En er Freydís kom að landi þá ryðja þeir skip sitt og bera upp til húss föng sín.

Þá mælti Freydís: "Hví báruð þér inn hér föng yður?"

"Því að vér hugðum," segja þeir, "að haldast muni öll ákveðin orð með oss."

"Mér léði Leifur húsanna," segir hún, "en eigi yður."

Þá mælti Helgi: "Þrjóta mun okkur bræður illsku við þig."

Báru nú út föng og gerðu sér skála og settu þann skála firr sjónum á vatnsströndu og bjuggu vel um. En Freydís lét fella viðu til skips síns.

Nú tók að vetra og töluðu þeir bræður að takast mundu upp leikar og væri höfð skemmtan. Svo var gert um stund þar til er menn bárust verra í milli. Og þá gerðist sundurþykki með þeim og tókust af leikar og öngar gerðust komur milli skálanna. Og fór svo fram lengi vetrar.

Það var einn morgun snemma að Freydís stóð upp úr rúmi sínu og klæddist og fór eigi í skóklæðin en veðri var svo farið að dögg var fallin mikil. Hún tók kápu bónda síns og fór í en síðan gekk hún til skála þeirra bræðra og til dyra. En maður einn hafði út gengið litlu áður og lokið hurð aftur á miðjan klofa. Hún lauk upp hurðinni og stóð í gáttum stund þá og þagði. En Finnbogi lá innstur í skálanum og vakti.

Hann mælti: "Hvað viltu hingað Freydís?"

Hún svarar: "Eg vil að þú standir upp og gangir út með mér og vil eg tala við þig."

Svo gerir hann. Þau ganga að tré er lá undir skálavegginum og settust þar niður.

"Hversu líkar þér?" segir hún.

Hann svarar: "Góður þykir mér landskostur en illur þykir mér þústur sá er vor í milli er því að eg kalla ekki hafa til orðið."

"Þá segir þú sem er," segir hún, "og svo þykir mér. En það er erindi mitt á þinn fund að eg vildi kaupa skipum við ykkur bræður því að þið hafið meira skip en eg og vildi eg í brott héðan."

"Það mun eg láta gangast," segir hann, "ef þér líkar þá vel."

Nú skilja þau við það. Gengur hún heim en Finnbogi til hvílu sinnar. Hún stígur upp í rúmið köldum fótum og vaknar hann Þorvarður við og spyr hví að hún væri svo köld og vot.

Hún svarar með miklum þjósti: "Eg var gengin," segir hún, "til þeirra bræðra að fala skip að þeim og vildi eg kaupa meira skip. En þeir urðu við það svo illa að þeir börðu mig og léku sárlega en þú, vesæll maður, munt hvorki vilja reka minnar skammar né þinnar og mun eg það nú finna að eg er í brottu af Grænlandi og mun eg gera skilnað við þig utan þú hefnir þessa."

Og nú stóðst hann eigi átölur hennar og bað menn upp standa sem skjótast og taka vopn sín. Og svo gera þeir og fara þegar til skála þeirra bræðra og gengu inn að þeim sofundum og tóku þá og færðu í bönd og leiddu svo út hvern sem bundinn var en Freydís lét drepa hvern sem út kom. Nú voru þar allir karlar drepnir en konur voru eftir og vildi engi þær drepa.

Þá mælti Freydís: "Fái mér öxi í hönd."

Svo var gert. Síðan vegur hún að konum þeim fimm er þar voru og gekk af þeim dauðum.

Nú fóru þau til skála síns eftir það hið illa verk og fannst það eitt á að Freydís þóttist allvel hafa um ráðið og mælti við félaga sína: "Ef oss verður auðið að koma til Grænlands," segir hún, "þá skal eg þann mann ráða af lífi er segir frá þessum atburðum. Nú skulum vér það segja að þau búi hér eftir þá er vér förum í brott."

Nú bjuggu þeir skipið snemma um vorið, það er þeir bræður höfðu átt, með þeim öllum gæðum er þau máttu til fá og skipið bar, sigla síðan í haf og urðu vel reiðfara og komu í Eiríksfjörð skipi sínu snemma sumars. Nú var þar Karlsefni fyrir og hafði albúið skip sitt til hafs og beið byrjar og er það mál manna að eigi mundi auðgara skip gengið hafa af Grænlandi en það er hann stýrði.

8. kafli

Freydís fór nú til bús síns því að það hafði staðið meðan óskatt. Hún fékk mikinn feng fjár öllu föruneyti sínu því að hún vildi leyna láta ódáðum sínum. Situr hún nú í búi sínu.

Eigi urðu allir svo haldinorðir að þegðu yfir ódáðum þeirra eða illsku að eigi kæmi upp um síðir. Nú kom þetta upp um síðir fyrir Leif bróður hennar og þótti honum þessi saga allill. Þá tók Leifur þrjá menn af liði þeirra Freydísar og píndi þá til sagna um þenna atburð allan jafnsaman og var með einu móti sögn þeirra.

"Eigi nenni eg," segir Leifur, "að gera það að við Freydísi systur mína sem hún væri verð en spá mun eg þeim þess að þeirra afkvæmi mun lítt að þrifum verða."

Nú leið það svo fram að öngum þótti um þau vert þaðan í frá nema ills.

Nú er að segja frá því er Karlsefni býr skip sitt og sigldi í haf. Honum fórst vel og kom til Noregs með heilu og höldnu og sat þar um veturinn og seldi varning sinn og hafði þar gott yfirlæti og þau bæði hjón af hinum göfgustum mönnum í Noregi. En um vorið eftir bjó hann skip sitt til Íslands.

Og er hann var albúinn og skip hans lá til byrjar fyrir bryggjunum þá kom þar að honum Suðurmaður einn, ættaður af Brimum úr Saxlandi. Hann falar af Karlsefni húsasnotru hans.

"Eg vil eigi selja," sagði hann.

"Eg mun gefa þér við hálfa mörk gulls," segir Suðurmaður.

Karlsefni þótti vel við boðið og keyptu síðan. Fór Suðurmaður í burt með húsasnotruna en Karlsefni vissi eigi hvað tré var. En það var mösur kominn af Vínlandi.

Nú siglir Karlsefni í haf og kom skipi sínu fyrir norðan land í Skagafjörð og var þar upp sett skip hans um veturinn. En um vorið keypti hann Glaumbæjarland og gerði bú á og bjó þar meðan hann lifði og var hið mesta göfugmenni og er mart manna frá honum komið og Guðríði konu hans og góður ættbogi.

Og er Karlsefni var andaður tók Guðríður við búsvarðveislu og Snorri son hennar er fæddur var á Vínlandi.

Og er Snorri var kvongaður þá fór Guðríður utan og gekk suður og kom út aftur til bús Snorra sonar síns og hafði hann þá látið gera kirkju í Glaumbæ.

Síðan varð Guðríður nunna og einsetukona og var þar meðan hún lifði.

Snorri átti son þann er Þorgeir hét. Hann var faðir Yngveldar móður Brands biskups. Dóttir Snorra Karlsefnissonar hét Hallfríður. Hún var kona Runólfs föður Þorláks biskups. Björn hét sonur Karlsefnis og Guðríðar. Hann var faðir Þórunnar móður Bjarnar biskups.

Fjöldi manna er frá Karlsefni komið og er hann kynsæll maður orðinn. Og hefir Karlsefni gerst sagt allra manna atburði um farar þessar allar er nú er nokkuð orði á komið.

EIRÍKS SAGA RAUÐA

1. kafli

Óleifur hét herkonungur er kallaður var Óleifur hvíti. Hann var son Ingjalds konungs Helgasonar, Ólafssonar, Guðröðarsonar, Hálfdanarsonar hvítbeins Upplendingakonungs.

Óleifur herjaði í vesturvíking og vann Dyflinni á Írlandi og Dyflinnarskíri og gerðist konungur yfir. Hann fékk Auðar djúpúðgu dóttur Ketils Flatnefs Bjarnarsonar bunu, ágæts manns úr Noregi. Þorsteinn rauður hét son þeirra.

Óleifur féll á Írlandi í orustu en Auður og Þorsteinn fóru þá í Suðureyjar. Þar fékk Þorsteinn Þuríðar dóttur Eyvindar austmanns, systur Helga hins magra. Þau áttu mörg börn.

Þorsteinn gerðist herkonungur. Hann réðst til lags með Sigurði jarli hinum ríka syni Eysteins glumru. Þeir unnu Katanes og Suðurland, Ross og Meræfi og meir en hálft Skotland. Gerðist Þorsteinn þar konungur yfir áður Skotar sviku hann og féll hann þar í orustu.

Auður var þá á Katanesi er hún spurði fall Þorsteins. Hún lét þá gera knörr í skógi á laun en er hún var búin hélt hún út í Orkneyjar. Þar gifti hún Gró dóttur Þorsteins rauðs. Hún var móðir Grélaðar er Þorfinnur jarl hausakljúfur átti.

Eftir það fór Auður að leita Íslands. Hún hafði á skipi tuttugu karla frjálsa. Auður kom til Íslands og var hinn fyrsta vetur í Bjarnarhöfn með Birni bróður sínum. Síðan nam Auður öll Dalalönd milli Dögurðarár og Skraumuhlaupsár og bjó í Hvammi. Hún hafði bænahald í Krosshólum. Þar lét hún reisa krossa því að hún var skírð og vel trúuð. Með henni komu út margir göfgir menn þeir er herteknir höfðu verið í vesturvíking og voru kallaðir ánauðgir.

Einn af þeim hét Vífill. Hann var ættstór maður og hafði verið hertekinn fyrir vestan haf og var kallaður ánauðigur áður Auður leysti hann. Og er Auður gaf bústað skipverjum sínum þá spurði Vífill hví Auður gæfi honum öngvan bústað sem öðrum mönnum. Auður kvað eigi mundu skipta, kvað hann þar göfgan mundu þykja sem hann væri. Honum gaf Auður Vífilsdal og bjó hann þar. Hann átti konu. Þeirra synir voru þeir Þorgeir og Þorbjörn. Þeir voru efnilegir menn og óxu upp með föður sínum.

2. kafli

Þorvaldur hét maður. Hann var son Ásvalds Úlfssonar, Yxna-Þórissonar. Eiríkur rauði hét son hans. Þeir feðgar fóru af Jaðri til Íslands fyrir víga sakir og námu land á Hornströndum og bjuggu að Dröngum. Þar andaðist Þorvaldur.

Eiríkur fékk þá Þjóðhildar dóttur Jörundar Úlfssonar og Þorbjargar knarrarbringu er þá átti Þorbjörn hinn haukdælski. Réðst Eiríkur þá norðan og ruddi land í Haukadal og bjó á Eiríksstöðum hjá Vatnshorni.

Þá felldu þrælar Eiríks skriðu á bæ Valþjófs á Valþjófsstöðum. Eyjólfur saur frændi hans drap þrælana hjá Skeiðsbrekkum upp frá Vatnshorni. Fyrir það vó Eiríkur Eyjólf saur. Hann vó og Hólmgöngu-Hrafn að Leikskálum. Geirsteinn og Oddur á Jörva, frændur Eyjólfs, mæltu eftir hann.

Þá var Eiríkur ger á brott úr Haukadal. Hann nam þá Brokey og Yxney og bjó að Tröðum í Suðurey hinn fyrsta vetur. Þá léði hann Þorgesti setstokka. Síðan fór Eiríkur í Yxney og bjó á Eiríksstöðum. Þá heimti hann setstokkana og náði eigi. Eiríkur sótti setstokkana á Breiðabólstað en Þorgestur fór eftir honum. Þeir börðust skammt frá garði að Dröngum. Þar féllu tveir synir Þorgests og nokkurir menn aðrir.

Eftir það höfðu hvorirtveggju setu fjölmenna. Styr veitti Eiríki og Eyjólfur úr Svíney, Þorbjörn Vífilsson og synir Þorbrands úr Álftafirði en Þorgesti veittu synir Þórðar gellis og Þorgeir úr Hítardal og Áslákur úr Langadal og Illugi son hans.

Þeir Eiríkur urðu sekir á Þórsnessþingi. Hann bjó skip í Eiríksvogi en Eyjólfur leyndi honum í Dímunarvogi meðan þeir Þorgestur leituðu hans um eyjarnar. Hann sagði þeim að hann ætlaði að leita lands þess er Gunnbjörn son Úlfs kráku sá, er hann rak vestur um haf og hann fann Gunnbjarnarsker. Hann kveðst aftur mundu leita til vina sinna ef hann fyndi landið. Þeir Þorbjörn og Styr og Eyjólfur fylgdu Eiríki út um eyjar og skildu með hinni mestu vináttu. Kveðst Eiríkur þeim skyldu verða að þvílíku trausti sem hann mætti sér við koma ef þeir kynnu hans að þurfa.

Sigldi Eiríkur á haf undan Snæfellsjökli og kom utan að jökli þeim er Bláserkur heitir. Hann fór þaðan suður að leita ef þar væri byggjanda.

Hann var hinn fyrsta vetur í Eiríkseyju, nær miðri hinni vestri byggðinni. Um vorið eftir fór hann til Eiríksfjarðar og tók sér þar bústað. Hann fór það sumar í hina vestri óbyggð og gaf víða örnefni. Hann var annan vetur í Eiríkshólmum við Hvarfsgnípu en hið þriðja sumar fór hann allt norður til Snæfells og inn í Hrafnsfjörð. Þá þóttist hann kominn fyrir botn Eiríksfjarðar. Hverfur hann þá aftur og var hinn þriðja vetur í Eiríkseyju fyrir mynni Eiríksfjarðar.

Eftir um sumarið fór hann til Íslands og kom í Breiðafjörð. Hann var þann vetur með Ingólfi á Hólmlátri. Um vorið börðust þeir Þorgestur og fékk Eiríkur ósigur. Eftir það voru þeir sættir.

Það sumar fór Eiríkur að byggja landið það er hann hafði fundið og hann kallaði Grænland því að hann kvað menn það mjög mundu fýsa þangað ef landið héti vel.

3. kafli

Þorgeir Vífilsson kvongaðist og fékk Arnóru dóttur Einars frá Laugarbrekku, Sigmundarsonar, Ketilssonar þistils er numið hafði Þistilsfjörð.

Önnur dóttir Einars hét Hallveig. Hennar fékk Þorbjörn Vífilsson og tók með land á Laugarbrekku á Hellisvöllum. Réðst Þorbjörn þangað byggðum og gerðist göfugmenni mikið. Hann var goðorðsmaður og hafði rausnarbú. Guðríður hét dóttir Þorbjarnar. Hún var kvenna vænst og hinn mesti skörungur í öllu athæfi sínu.

Maður hét Ormur er bjó að Arnarstapa. Hann átti konu þá er Halldís hét. Ormur var góður bóndi og vinur Þorbjarnar mikill. Var Guðríður þar löngum að fóstri með honum.

Maður hét Þorgeir er bjó að Þorgeirsfelli. Hann var vellauðigur að fé og hafði verið leysingi. Hann átti son er Einar hét. Hann var vænn maður og vel mannaður og skartsmaður mikill. Einar var í siglingu landa í milli og tókst honum það vel. Var hann jafnan sinn vetur hvort á Íslandi eða í Noregi.

Nú er frá því að segja eitt haust er Einar var út hér að hann fór með varning sinn út eftir Snæfellsnesi og skyldi selja. Hann kemur til Arnarstapa. Ormur býður honum þar að vera og það þiggur Einar því að þar var vinátta við kjörin. Varningurinn Einars var borinn í eitthvert útibúr. Einar brýtur upp varninginn og sýndi Ormi og heimamönnum og bauð Ormi slíkt af að taka sem hann vildi. Ormur þá þetta og taldi Einar vera góðan fardreng og auðnumann mikinn. En er þeir héldu á varninginum gekk kona fyrir útibúrsdyrin.

Einar spurði Orm hver sú hin fagra kona væri er þar gekk fyrir dyrnar "eg hefi hana eigi hér fyrr séð."

Ormur segir: "Það er Guðríður fóstra mín, dóttir Þorbjarnar bónda frá Laugarbrekku."

Einar mælti: "Hún mun vera góður kostur. Eða hafa nokkurir menn til komið að biðja hennar?"

Ormur svarar: "Beðið hefir hennar víst verið vinur og liggur eigi laust fyrir. Finnur það á að hún mun bæði vera mannvönd og faðir hennar."

"Svo fyrir það," kvað Einar, "að hún er sú kona er eg ætla mér að biðja og vildi eg að þessi mál kæmir þú fyrir mig við föður hennar og legðir á alendu að flytja því að eg skal þér fullkomna vináttu fyrir gjalda. Má Þorbjörn bóndi á líta að okkur væru vel hentar tengdir því hann er sómamaður mikill og á staðfestu góða en lausafé hans er mér sagt að mjög sé á förum. En mig skortir hvorki land né lausafé og okkur feðga og mundi Þorbirni verða að því hinn mesti styrkur ef þessi ráð tækjust."

Ormur svarar: "Víst þykist eg vin þinn vera en þó er eg ekki fús að bera þessi mál upp því að Þorbjörn er skapstór og þó metnaðarmaður mikill."

Einar kveðst ekki vilja annað en upp væri borið bónorðið. Ormur kvað hann ráða skyldu. Einar fór suður aftur uns hann kemur heim.

Nokkuru síðar hafði Þorbjörn haustboð sem hann átti vanda til því að hann var stórmenni mikið. Kom þar Ormur frá Arnarstapa og margir aðrir vinir Þorbjarnar.

Ormur kemur að máli við Þorbjörn og segir að Einar var þar skömmu, frá Þorgeirsfelli, og gerðist efnilegur maður. Hefur Ormur nú upp bónorðið fyrir hönd Einars og sagði að það væri vel hent fyrir sumra manna sakir að hluta "má þér bóndi að því verða styrkur mikill fyrir fjárkosta sakir."

Þorbjörn svarar: "Eigi varði mig slíkra orða af þér að eg mundi þrælssyni gifta dóttur mína. Og það finnið þér nú að fé mitt þverr er slík ráð gefið mér. Og eigi skal hún fara með því ef þér þótti hún svo lítils gjaforðs verð."

Síðan fór Ormur heim og hver boðsmanna til sinna heimkynna. Guðríður var eftir með föður sínum og var heima þann vetur. En að vori hafði Þorbjörn vinaboð og var veisla góð búin og kom þar margt manna og var veislan hin besta.

Og að veislunni kvaddi Þorbjörn sér hljóðs og mælti: "Hér hefi eg búið langa ævi. Hefi eg reynt góðvilja manna við mig og ástúð. Kalla eg vel vor skipti farið hafa. En nú tekur fjárhagur minn að óhægjast fyrir lausafjár sakir en hefir kallað verið hingað til heldur virðingarráð. Nú vil eg fyrr búi mínu bregða en sæmd minni týna, fyrr af landi fara en ætt mína svívirða. Ætla eg nú að vitja um mál Eiríks rauða vinar míns er hann hafði þá er við skildum á Breiðafirði. Ætla eg nú að fara til Grænlands í sumar ef svo fer sem eg vildi."

Mönnum þótti mikil tíðindi um þessa ráðagerð því að Þorbjörn hafði lengi vinsæll verið en þóttust vita að Þorbjörn mundi þetta hafa svo framt upp kveðið að hann mundi ekki stoða að letja. Gaf Þorbjörn mönnum gjafir og var veislu brugðið eftir þetta og fóru menn heim til heimkynna sinna.

Þorbjörn selur lendur sínar og kaupir skip er stóð uppi í Hraunhafnarósi. Réðust til ferðar með honum þrír tigir manna. Var þar Ormur frá Arnarstapa og kona hans og þeir vinir Þorbjarnar er eigi vildu við hann skilja.

Síðan létu þeir í haf. Þá er þeir höfðu út látið var veður hagstætt en er þeir komu í haf tók af byri og fengu þeir mikil veður og fórst þeim ógreitt um sumarið. Því næst kom sótt í lið þeirra og andaðist Ormur og Halldís kona hans og helmingur þeirra. Sjó tók að stæra og fengu þeir vos mikið og vesöld á marga vega og tóku þó Herjólfsnes á Grænlandi við veturnætur sjálfar.

Sá maður bjó á Herjólfsnesi er Þorkell hét. Hann var nytjumaður og hinn besti bóndi. Hann tók við Þorbirni og öllum skipverjum hans um veturinn. Þorkell veitti þeim skörulega. Líkaði Þorbirni vel og öllum skipverjum hans.

4. kafli

Í þenna tíma var hallæri mikið á Grænlandi. Höfðu menn fengið lítið, þeir sem í veiðiferð höfðu verið, en sumir eigi aftur komnir. Sú kona var þar í byggð er Þorbjörg hét. Hún var spákona og var kölluð lítilvölva. Hún hafði átt sér níu systur og voru allar spákonur og var hún ein eftir á lífi.

Það var háttur Þorbjargar á vetrum að hún fór á veislur og buðu menn henni heim, mest þeir er forvitni var á um forlög sín eða árferð. Og með því að Þorkell var þar mestur bóndi þá þótti til hans koma að vita hvenær létta mundi óárani þessu sem yfir stóð. Þorkell býður spákonu þangað og er henni búin góð viðtaka sem siður var til þá er við þess háttar konu skyldi taka. Búið var henni hásæti og lagt undir hægindi. Þar skyldi í vera hænsafiðri.

En er hún kom um kveldið og sá maður er í móti henni var sendur þá var hún svo búin að hún hafði yfir sér tuglamöttul blán og var settur steinum allt í skaut ofan. Hún hafði á hálsi sér glertölur. Hún hafði á höfði lambskinnskofra svartan og við innan kattarskinn hvítt. Staf hafði hún í hendi og var á hnappur. Hann var búinn messingu og settur steinum ofan um hnappinn. Hún hafði um sig hnjóskulinda og var þar á skjóðupungur mikill. Varðveitti hún þar í töfur þau er hún þurfti til fróðleiks að hafa. Hún hafði kálfskinnsskó loðna á fótum og í þvengi langa og sterklega, látúnshnappar miklir á endunum. Hún hafði á höndum sér kattskinnsglófa og voru hvítir innan og loðnir.

En er hún kom inn þótti öllum mönnum skylt að velja henni sæmilegar kveðjur en hún tók því eftir sem henni voru menn skapfelldir til. Tók Þorkell bóndi í hönd vísindakonunni og leiddi

33

hana til þess sætis er henni var búið. Þorkell bað hana þá renna þar augum yfir hjörð og hjú og híbýli. Hún var fámálug um allt.

Borð voru upp tekin um kveldið og er frá því að segja að spákonunni var matbúið. Henni var ger grautur af kiðjamjólk en til matar henni voru búin hjörtu úr alls konar kvikindum þeim sem þar voru til. Hún hafði messingarspón og hníf tannskeftan, tvíhólkaðan af eiri, og var af brotinn oddurinn.

En er borð voru upp tekin gengur Þorkell bóndi fyrir Þorbjörgu og spyr hversu henni virðist þar híbýli eða hættir manna eða hversu fljótlega hann mun þess vís verða er hann hefir spurt eftir og menn vildu vita. Hún kveðst það ekki mundu upp bera fyrr en um morguninn þá er hún hefði sofið þar um nóttina.

En að áliðnum degi var henni veittur sá umbúningur sem hún skyldi til að fremja seiðinn. Bað hún fá sér konur þær sem kynnu fræði það er þyrfti til seiðinn að fremja og Varðlokur heita. En þær konur fundust eigi. Þá var að leitað um bæinn ef nokkur kynni.

Þá svarar Guðríður: "Hvorki er eg fjölkunnig né vísindakona en þó kenndi Halldís fóstra mín mér á Íslandi það fræði er hún kallaði Varðlokur."

Þorbjörg svaraði: "Þá ertu fróðari en eg ætlaði."

Guðríður segir: "Þetta er þess konar fræði og atferli að eg ætla í öngvum atbeina að vera því að eg er kona kristin."

Þorbjörg svarar: "Svo mætti verða að þú yrðir mönnum að liði hér um en þú værir þá kona ekki að verri. En við Þorkel met eg að fá þá hluti hér til er þarf."

Þorkell herðir nú að Guðríði en hún kveðst mundu gera sem hann vildi. Slógu þá konur hring umhverfis en Þorbjörg sat uppi á seiðhjallinum. Kvað Guðríður þá kvæðið svo fagurt og vel að engi þóttist fyrr heyrt hafa með fegri raust kveðið sá er þar var.

Spákona þakkar henni kvæðið. Hún hafði margar náttúrur hingað að sótt og þótti fagurt að heyra það er kveðið var "er áður vildu frá oss snúast og oss öngva hlýðni veita. En mér eru nú margir þeir hlutir auðsýnir er áður var bæði eg og aðrir duldir. En eg kann það að segja að hallæri þetta mun ekki haldast lengur en í vetur og mun batna árangur sem vorar. Sóttarfar það sem lengi hefir legið mun og batna vonum bráðara. En þér Guðríður skal eg launa í hönd liðsinni það sem oss hefir af staðið því að þín forlög eru mér nú öll glöggsæ. Það muntu gjaforð fá hér á Grænlandi er sæmilegast er til þó að þér verði það eigi til langæðar því að vegir þínir liggja út til Íslands og mun þar koma frá þér ættbogi bæði mikill og góður og yfir þínum ættkvíslum mun skína bjartur geisli. Enda far nú vel og heil, dóttir mín."

Síðan gengu menn að vísindakonunni og frétti hver eftir því sem mest forvitni var á. Var hún og góð af frásögnum. Gekk það og lítt í tauma er hún sagði. Þessu næst var komið eftir henni af öðrum bæ og fór hún þá þangað. Þá var sent eftir Þorbirni því að hann vildi eigi heima vera meðan slík heiðni var framin.

Veðrátta batnaði skjótt þegar er vora tók sem Þorbjörg hafði sagt. Býr Þorbjörn skip sitt og fer uns hann kemur í Brattahlíð. Tekur Eiríkur við honum báðum höndum og kvað það vel er hann var þar kominn. Var Þorbjörn með honum um veturinn og skuldalið hans. Eftir um vorið gaf Eiríkur Þorbirni land á Stokkanesi og var þar ger sæmilegur bær og bjó hann þar síðan.

5. kafli

Eiríkur átti þá konu er Þjóðhildur hét og við henni tvo sonu. Hét annar Þorsteinn en annar Leifur. Þeir voru báðir efnilegir menn. Var Þorsteinn heima með föður sínum og var eigi þá sá maður á

Grænlandi er jafn mannvænn þótti sem hann. Leifur hafði siglt til Noregs. Var hann þar með Ólafi konungi Tryggvasyni.

En er Leifur sigldi af Grænlandi um sumarið urðu þeir sæhafa til Suðureyja. Þaðan byrjaði þeim seint og dvöldust þar lengi um sumarið.

Leifur lagði hug á konu þá er Þórgunna hét. Hún var kona ættstór. Það sá Leifur að hún mundi kunna fleira en fátt eitt.

En er Leifur sigldi á brott beiddist Þórgunna að fara með honum. Leifur spurði hvort það væri nokkuð vilji frænda hennar. Hún kveðst ekki að því fara.

Leifur kveðst eigi kunna að gera hertekna svo stórættaða konu í ókunnu landi "en vér liðfáir."

Þórgunna mælti: "Eigi er víst að þér þyki því betur ráðið."

"Á það mun eg hætta," sagði Leifur.

"Þá segi eg þér," sagði Þórgunna, "að eg fer eigi ein saman og mun eg vera með barni og segi eg það af þínum völdum. Þess get eg og að eg muni svein fæða þá er þar kemur til. En þóttú viljir öngvan gaum að gefa þá mun eg upp fæða sveininn og þér senda til Grænlands þegar fara má með öðrum mönnum. En eg get að þér verði að þvílíkum nytjum sonareignin við mér sem nú verður skilnaður okkar til. En koma ætla eg mér til Grænlands áður en lýkur."

Hann gaf henni fingurgull og möttul grænlenskan og tannbelti. Þessi sveinn kom til Grænlands og nefndist Þorgils. Leifur tók við honum að faðerni. Og er það sumra manna sögn að þessi Þorgils kæmi til Íslands fyrir Fróðárundur um sumarið. En sjá Þorgils var síðan á Grænlandi og þótti enn eigi kynjalaust um verða áður lauk.

Þeir Leifur sigldu í brott úr Suðureyjum og tóku Noreg um haustið. Réðst Leifur til hirðar Ólafs konungs Tryggvasonar og lagði konungur á hann góða virðing og þóttist sjá að Leifur mundi vera vel menntur maður.

Eitt sinn kom konungur að máli við Leif og spyr hann: "Ætlar þú til Grænlands í sumar að sigla?"

Leifur svarar: "Það ætla eg ef sá er yðvar vilji."

Konungur svarar: "Eg get að svo muni vel vera. Skaltu fara með erindum mínum að boða kristni á Grænlandi."

Leifur kvað hann ráða mundu en kveðst hyggja að það erindi mundi torflutt á Grænlandi en konungur kveðst eigi þann mann sjá er betur væri til þess fallinn en hann "og muntu giftu til bera."

"Það mun því að eins," kvað Leifur, "að eg njóti yðvar við."

Leifur lét í haf þegar hann var búinn. Leif velkti lengi úti og hitti hann á lönd þau er hann vissi áður öngva von í. Voru þar hveitiakrar sjálfsánir og vínviður vaxinn. Þar voru og þau tré er mösur hétu og höfðu þeir af öllu þessu nokkur merki, sum tré svo mikil að í hús voru lögð.

Leifur fann menn á skipflaki og flutti heim með sér og fékk öllum vist um veturinn. Sýndi hann svo mikla stórmennsku og gæsku af sér. Hann kom kristni á landið og hann bjargaði mönnunum. Var hann kallaður Leifur hinn heppni.

Leifur tók land í Eiríksfirði og fer heim í Brattahlíð. Tóku menn vel við honum. Hann boðaði brátt kristni um landið og almennilega trú og sýndi mönnum orðsendingar Ólafs konungs Tryggvasonar og sagði hversu mörg ágæti og mikil dýrð þessum sið fylgdi.

Eiríkur tók því máli seint að láta sið sinn en Þjóðhildur gekk skjótt undir og lét gera kirkju eigi allnær húsunum. Var það hús kallað Þjóðhildarkirkja. hafði hún þar fram bænir sínar og þeir menn sem við kristni tóku en þeir voru margir. Þjóðhildur vildi ekki halda samfarar við Eirík síðan er hún tók trú en honum var það mjög í móti skapi.

Af þessu gerðist orð mikið að menn mundu leita lands þess er Leifur hafði fundið. Var þar formaður Þorsteinn Eiríksson, góður maður og fróður og vinsæll. Eiríkur var og til beðinn og trúðu menn því að hans gæfa mundi framast vera og forsjá. Hann var þá fyrir en kvað eigi nei við er vinir hans fýstu hann til. Bjuggu þeir skip það síðan er Þorbjörn hafði út haft og voru til ráðnir tuttugu menn. Höfðu þeir fé lítið en meir vopn og vistir.

Þann morgun er Eiríkur fór heiman tók hann kistil og var þar í gull og silfur. Fal hann það fé og fór síðan leiðar sinnar. Og er hann var skammt á leið kominn féll hann af baki og braut rif sín og lesti öxl sína og kvað við: "Ái, ái."

Af þessum atburð sendi hann konu sinni orð, að hún tæki féið á brott það er hann hafði fólgið, lét þess hafa að goldið er hann hafði féið fólgið.

Síðan sigldu þeir út úr Eiríksfirði með gleði og þótti vænt um sitt ráð. Þá velkti lengi úti í hafi og komu ekki á þær slóðir sem þeir vildu. Þeir komu í sýn við Ísland og svo höfðu þeir fugl af Írlandi. Reiddi þá skip þeirra um haf innan, fóru aftur um haustið og voru mæddir og mjög þrekaðir og komu við vetur sjálfan á Eiríksfjörð.

Þá mælti Eiríkur: "Kátari voruð þér í sumar er þér fóruð út úr firðinum en nú erum vér og eru nú þó mörg góð að."

Þorsteinn mælti: "Það er nú höfðinglegt bragð að sjá nokkuð ráð fyrir þeim mönnum sem nú eru ráðlausir og fá þeim vistir."

Eiríkur svarar: "Skal þín orð um þetta fara."

Fóru nú allir þeir er eigi höfðu áður vistir með þeim feðgum. Síðan tóku þeir land og fóru heim.

6. kafli

Nú er frá því að segja að Þorsteinn Eiríksson vakti bónorð við Guðríði Þorbjarnardóttur. Var því máli vel svarað bæði af henni og svo af föður hennar og er þetta að ráðum gert að Þorsteinn gekk að eiga Guðríði og var brúðkaupið í Brattahlíð um haustið. Fór sú veisla vel fram og var mjög fjölmenn.

Þorsteinn átti bú í Vestribyggð á bæ þeim er í Lýsufirði heitir. Sá maður átti þar helming í búi er Þorsteinn hét. Sigríður hét kona hans. Fóru þau Þorsteinn heim í Lýsufjörð og Guðríður bæði. Var þar vel við þeim tekið. Voru þau þar um veturinn.

Það gerðist þar til tíðinda að sótt kom í bæ þeirra er lítið var af vetri. Garði hét þar verkstjóri. Hann var óvinsæll maður. Hann tók fyrst sótt og andaðist. Síðan var skammt að bíða að hver tók sótt að öðrum og önduðust.

Þá tók sótt Þorsteinn Eiríksson og Sigríður kona Þorsteins. Og eitt kveld fýsist hún að ganga til garðs þess er stóð í gegnt útidyrum.

Guðríður fylgdi og sóttu þær í mót dyrunum. Þá kvað Sigríður: "Ó."

Guðríður mælti: "Við höfum farið óhyggilega og áttu öngvan stað við að kalt veður komi á og förum inn sem skjótast."

Sigríður svarar: "Eigi fer eg að svo búnu. Hér er liðið allt hið dauða fyrir dyrunum og þar í sveit kenni eg Þorstein bónda þinn og kenni eg mig og er slíkt hörmung að sjá."

Og er þetta leið af mælti hún: "Förum við nú Guðríður. Nú sé eg eigi liðið."

Var þá og verkstjórinn horfinn er henni þótti áður hafa svipu í hendi og vilja berja liðið.

Síðan gengu þær inn og áður morgunn kæmi var hún önduð og var ger kista að líkinu.

Og þann sama dag ætluðu menn út að róa og leiddi Þorsteinn þá til vara og í annan lit fór hann að sjá um veiðiskap þeirra. Þá sendi Þorsteinn Eiríksson nafna sínum orð að hann kæmi til hans og sagði svo að þar var varla kyrrt og húsfreyja vildi færast á fætur og vildi undir klæðin hjá honum. Og er hann kom inn var hún komin á rekkjustokkinn hjá honum. Hann tók hana höndum og lagði bolöxi fyrir brjóstið.

Þorsteinn Eiríksson andaðist nær dagsetri. Þorsteinn bað Guðríði leggjast niður og sofa en hann kveðst vaka mundu um nóttina yfir líkunum. Hún gerir svo.

Guðríður sofnar brátt og er skammt leið á nóttina reistist hann upp Þorsteinn og kveðst vilja að Guðríður væri þangað kölluð og kveðst vilja mæla við hana: "Guð vill að þessi stund sé mér gefin til leyfis og umbóta míns ráðs."

Þorsteinn gengur á fund Guðríðar og vakti hana og bað hana signa sig og biðja sér guð hjálpa "Þorsteinn Eiríksson hefur mælt við mig að hann vill finna þig. Sjá þú nú ráð fyrir, hvorgis kann eg fýsa."

Hún svarar: "Vera kann að þetta sé ætlað til nokkurra hluta þeirra sem síðan eru í minni hafðir, þessi hinn undarlegi hlutur, en eg vænti að guðs gæsla mun yfir mér standa. Mun eg á hætta með guðs miskunn að mæla við hann því að eg má nú ekki forðast mein til mín. Vil eg síður að hann gangi víðara. En mig grunar að það sé að öðrum kosti."

Nú fór Guðríður og hitti Þorstein og sýndist henni sem hann felldi tár og mælti í eyra henni nokkur orð hljótt svo að hún ein vissi og sagði að þeir menn væru sælir er trúna héldu vel og henni fylgdi miskunn og hjálp og sagði þó að margir héldu hana illa "er það engi háttur sem hér hefir verið á Grænlandi síðan kristni var hér að setja menn niður í óvígða mold við litla yfirsöngva. Vil eg mig láta flytja til kirkju og aðra þá menn sem hér hafa andast en Garða vil eg láta brenna á báli sem skjótast því að hann veldur öllum afturgöngum sem hér hafa orðið í vetur.

Hann sagði henni og um sína hagi og kvað hennar forlög mikil mundu verða en hann bað hana varast að giftast grænlenskum manni. Bað hann og að hún legði fé þeirra til kirkju eða gefa það fátækum mönnum. Og þá hneig hann aftur í öðru.

Sá hafði háttur verið á Grænlandi síðan kristni kom út þangað að menn voru grafnir þar á bæjum, er menn önduðust, í óvígðri moldu. Skyldi setja staur upp af brjósti en síðan er kennimenn komu til þá skyldi kippa upp staurnum og hella þar í vígðu vatni og veita þar yfirsöngva þótt það væri miklu síðar.

Líkin voru færð til kirkju í Eiríksfjörð og veittir yfirsöngvar af kennimönnum.

Eftir það andaðist Þorbjörn. Bar þá féið allt undir Guðríði. Tók Eiríkur við henni og sá vel um kost hennar.

7. kafli

Maður hét Þorfinnur karlsefni, son Þórðar hesthöfða, er bjó norður í Reyninesi í Skagafirði er nú er kallað. Karlsefni var ættgóður maður og auðigur að fé. Þórunn hét móðir hans. Hann var í kaupferðum og þótti fardrengur góður.

Eitt sumar býr Karlsefni skip sitt og ætlaði til Grænlands. Réðst til ferðar með honum Snorri Þorbrandsson úr Álftafirði og voru fjórir tigir manna með þeim.

Maður hét Bjarni Grímólfsson, breiðfirskur maður. Annar hét Þórhallur Gamlason, austfirskur maður. Þeir bjuggu skip sitt

41

samsumars sem Karlsefni og ætluðu til Grænlands. Þeir voru á skipi fjórir tigir manna.

Láta þeir í haf fram tvennum skipum þegar þeir eru búnir. Eigi var um það getið hversu langa útivist þeir höfðu, en frá því er að segja að bæði þessi skip komu í Eríksfjörð um haustið.

Eiríkur reið til skips og aðrir landsmenn og tókst með þeim greiðleg kaupstefna. Buðu stýrimenn Eiríki að hafa slíkt af varninginum sem hann vildi. En Eiríkur sýni mikla stórmennsku af sér í móti því að hann bauð þessum skipverjunum báðum heim til sín til veturvistar í Brattahlíð. Þetta þágu kaupmenn og fóru með Eiríki. Síðan var fluttur heim varningur þeirra í Brattahlíð. Skorti þar eigi góð og stór útibúr að varðveita í. Líkaði kaupmönnum vel með Eiríki um veturinn.

En er dró að jólum tók Eiríkur að verða óglaðari en hann átti vanda til.

Eitt sinn kom Karlsefni að máli við Eirík og mælti: "Er þér þungt Eiríkur? Eg þykist finna að þú ert nokkuru fálátari en verið hefir, og þú veitir oss með mikilli rausn og erum vér skyldir að launa þér eftir því sem vér höfum föng á. Nú segðu hvað ógleði þinni veldur."

Eiríkur svarar: "Þér þiggið vel og góðmannlega. Nú leikur mér það eigi í hug að á yður hallist um vor viðskipti. Hitt er heldur að mér þykir illt ef að er spurt að þér hafið engi jól verri haft en þessi er nú koma í hönd."

Karlsefni svarar: "Það mun ekki á þá leið. Vér höfum á skipum vorum malt og mjöl og korn og er yður heimilt að hafa af slíkt sem þér viljið og gerið veislu slíka sem stórmennsku ber til."

Og það þiggur hann. Var þá búið til jólaveislu og varð hún svo sköruleg að menn þóttust trautt slíka rausnarveislu séð hafa.

Og eftir jólin vekur Karlsefni við Eirík um ráðahag við Guðríði er honum leist sem það mundi á hans forræði en honum leist kona fríð og vel kunnandi. Eiríkur svarar, kveðst vel mundu undir taka hans mál en kvað hana góðs gjaforð verða "er það og líklegt að hún fylgi sínum forlögum" þó að hún væri honum gefin og kvað góða frétt af honum koma.

Nú er vakið mál við hana og lét hún það sitt ráð sem Eiríkur vildi fyrir sjá. Og er nú ekki að lengja um það að þessi ráð tókust og var þá veisla aukin og gert brullaup.

Gleði mikið var í Brattahlíð um veturinn.

8. kafli

Á því léku miklar umræður um veturinn í Brattahlíð að þar voru mjög töfl uppi höfð og sagnaskemmtan og margt það er til híbýlabótar mátti vera. Ætluðu þeir Karlsefni og Snorri að leita Vínlands og töluðu menn margt um það. En því lauk svo að þeir Karlsefni og Snorri bjuggu skip sitt og ætluðu að leita Vínlands um sumarið. Til þeirrar ferðar réðust þeir Bjarni og Þórhallur með skip sitt og það föruneyti er þeim hafði fylgt.

Maður hét Þorvarður. Hann átti Freydísi, dóttur Eiríks rauða laungetna. Hann fór með þeim og Þorvaldur son Eiríks og Þórhallur er var kallaður veiðimaður. Hann hafði lengi verið í veiðiförum með Eiríki um sumrum og hafði hann margar varðveislur. Þórhallur var mikill vexti, svartur og þurslegur. Hann var heldur við aldur, ódæll í skapi, hljóðlyndur, fámálugur hversdaglega, undirförull og þó atmælasamur og fýstist jafnan hins verra. Hann hafði lítt við trú blandast síðan hún kom á Grænland. Þórhallur var lítt vinsældum horfinn en þó hafði Eiríkur lengi tal af honum haldið. Hann var á skipi með þeim Þorvaldi því að honum var víða kunnigt í óbyggðum. Þeir höfðu það skip er Þorbjörn hafði út þangað og réðust til ferðar með þeim Karlsefni og voru þar flestir grænlenskir menn á. Á skipum þeirra voru fjórir tigir manna annars hundraðs.

Sigldu þeir undan síðan til Vestribyggðar og til Bjarneyja. Sigldu þeir þaðan undan Bjarneyjum norðan veður. Voru þeir úti tvö dægur. Þá fundu þeir land og reru fyrir á bátum og könnuðu landið og fundu þar hellur margar og svo stórar að tveir menn máttu vel spyrnast í iljar. Melrakkar voru þar margir. Þeir gáfu nafn landinu og kölluð Helluland.

Þá sigldu þeir norðan veður tvö dægur og var þá land fyrir þeim og var á skógur mikill og dýr mörg. Ey lá í landsuður undan landinu og fundu þeir þar bjarndýr og kölluðu Bjarney en landið kölluðu þeir Markland. Þar er skógurinn.

Þá er liðin voru tvö dægur sjá þeir land og þeir sigldu undir landið. Þar var nes er þeir komu að. Þeir beittu með landinu og létu landið á stjórnborða. Þar var öræfi og strandir langar og sandar. Fara þeir á bátum til lands og fundu þar á nesinu kjöl af skipi og köllu þar Kjalarnes. Þeir gáfu og nafn ströndunum og köllu Furðustrandir því að langt var með að sigla. Þá gerðist vogskorið landið og héldu þeir skipunum að vogunum.

Það var þá er Leifur var með Ólafi konungi Tryggvasyni og hann bað hann boða kristni á Grænlandi og þá gaf konungur honum tvo menn skoska. Hét karlmaðurinn Haki en konan Hekja. Konungur bað Leif taka til þessara manna ef hann þyrfti skjótleiks við því að þau voru dýrum skjótari. Þessa menn fengu þeir Leifur og Eiríkur til fylgdar við Karlsefni.

En er þeir höfðu siglt fyrir Furðustrandir þá létu þeir hina skosku menn á land og báðu þau hlaupa í suðurátt og leita landskosta og koma aftur áður þrjú dægur væru liðin. Þau voru svo búin að þau höfðu það klæði er þau kölluð kjafal. Það var svo gert að hötturinn var á upp og opið að hliðum og engar ermar á og hneppt í milli fóta. Hélt þar saman hnappur og nesla en ber voru annars staðar.

Þeir köstuðu akkerum og lágu þar þessa stund. Og er þrír dagar voru liðnir hljópu þau af landi ofan og hafði annað þeirra í hendi vínber en annað hveiti sjálfsáið. Sagði Karlsefni að þau þóttust fundið hafa landskosti góða.

Tóku þeir þau á skip sitt og fóru leiðar sinnar þar til er varð fjarðskorið. Þeir lögðu skipunum inn á fjörðinn. Þar var ey ein út fyrir og voru þar straumar miklir og um eyna. Þeir kölluð hana Straumsey. Fugl var þar svo margur að trautt mátti fæti niður koma í milli eggjanna.

Þeir héldu inn með firðinum og kölluðu hann Straumsfjörð og báru farminn af skipunum og bjuggust þar um. Þeir höfðu með sér alls konar fé og leituðu sér þar landsnytja. Fjöll voru þar og fagurt var þar um að litast. Þeir gáðu einskis nema að kanna landið. Þar voru grös mikil.

Þar voru þeir um veturinn og gerðist vetur mikill en ekki fyrir unnið og gerðist illt til matarins og tókust af veiðarnar. Þá fóru þeir út í eyna og væntu að þar mundi gefa nokkuð af veiðum eða rekum. Þar var þó lítið til matfanga en fé þeirra varð þar vel. Síðan hétu þeir á guð að hann sendi þeim nokkuð til matfanga og var eigi svo brátt við látið sem þeim var annt til.

Þórhallur hvarf á brott og gengu menn að leita hans. Stóð það yfir þrjú dægur í samt. Á hinu fjórða dægri fundu þeir Karlsefni og Bjarni hann Þórhall á hamargnípu einni. Hann horfði í loft upp og gapti hann, bæði augum og munni og nösum, og klóraði sér og klípti sig og þuldi nokkuð. Þeir spurðu hví hann væri þar kominn. Hann kvað það öngu skipta. Bað hann þá ekki það undrast, kveðst svo lengst lifað hafa að þeir þurftu eigi ráð fyrir honum að gera. Þeir báðu hann fara heim með sér. Hann gerði svo.

Litlu síðar kom þar hvalur og drifu menn til og skáru hann en þó kenndu menn eigi hvað hval það var. Karlsefni kunni mikla skyn á hvalnum og kenndi hann þó eigi. Þenna hval suðu matsveinar og átu af og varð þó öllum illt af.

Þá gengur Þórhallur að og mælti: "Var eigi svo að hinn rauðskeggjaði varð drjúgari enn Kristur yðvar? Þetta hafði eg nú fyrir skáldskap minn er eg orti um Þór fulltrúann. Sjaldan hefir hann mér brugðist."

Og er menn vissu þetta vildu öngvir nýta og köstuðu fyrir björg ofan og sneru sínu máli til guðs miskunnar. Gaf þeim þá út að róa og skorti þá eigi birgðir.

Um vorið fara þeir inn í Straumsfjörð og höfðu föng af hvorutveggja landinu, veiðar af meginlandinu, eggver og útróðra af sjónum.

9. kafli

Nú ræða þeir um ferð sína og hafa tilskipan. Vill Þórhallur veiðimaður fara norður um Furðustrandir og fyrir Kjalarnes og leita svo Vínlands en Karlsefni vill fara suður fyrir land og fyrir austan og þykir land því meira sem suður er meir og þykir honum það ráðlegra að kanna hvorttveggja. Nú býst Þórhallur út undir eynni og urðu eigi meir í ferð með honum en níu menn. En með Karlsefni fór annað liðið þeirra.

Og einn dag er Þórhallur bar vatn á skip sitt þá drakk hann og kvað vísu þessa:

Hafa kváðu mig meiðar

málmþings, er kom eg hingað,

mér samir láð fyr lýðum

lasta, drykk hinn basta.

Bílds hattar verðr byttu

beiði-Týr að reiða.

Heldr er svo að eg krýp að keldu,

komat vín á grön mína.

Láta þeir út síðan og fylgir Karlsefni þeim undir eyna. Áður þeir drógu
seglið upp kvað Þórhallur vísu:

Förum aftr þar er órir

eru sandhimins landar,

látum kenni-Val kanna

knarrar skeið hin breiðu.

Meðan bilstyggir byggja

bellendr og hval vella

Laufa veðrs, þeir er leyfa

lönd, á Furðuströndum.

Síðan skildu þeir og sigldu norður fyrir Furðustrandir og Kjalarnes og
vildu beita þar fyrir vestan. Kom þá veður á móti þeim og rak þá upp
við Írland og voru þar mjög þjáðir og barðir. Þá lét Þórhallur líf sitt.

10. kafli

Karlsefni fór suður fyrir land og Snorri og Bjarni og annað lið þeirra.
Þeir fóru lengi og til þess er þeir komu að á þeirri er féll af landi ofan
og í vatn og svo til sjóvar. Eyrar voru þar miklar fyrir árósinum og
mátti eigi komast inn í ána nema að háflæðum.

Sigldu þeir Karlsefni þá til áróssins og kölluðu í Hópi landið. Þar fundu þeir sjálfsána hveitiakra þar sem lægðir voru en vínviður allt þar sem holta kenndi. Hver lækur var þar fullur af fiskum. Þeir gerðu þar grafir sem landið mættist og flóðið gekk efst, og er út féll voru helgir fiskar í gröfunum. Þar var mikill fjöldi dýra á skógi með öllu móti. Þeir voru þar hálfan mánuð og skemmtu sér og urðu við ekki varir. Fé sitt höfðu þeir með sér.

Og einn morgunn snemma er þeir lituðust um sáu þeir níu húðkeipa og var veift trjánum af skipunum og lét því líkast í sem í hálmþústum og fer sólarsinnis.

Þá mælti Karlsefni: "Hvað mun þetta tákna?"

Snorri svarar honum: "Vera kann að þetta sé friðartákn og tökum skjöld hvítan og berum í mót."

Og svo gerðu þeir. Þá reru hinir í mót og undruðust þá og gengu þeir á land. Þeir voru smáir menn og illilegir og illt höfðu þeir hár á höfði. Eygðir voru þeir mjög og breiðir í kinnunum og dvöldust þeir um stund og undruðust, reru síðan í brott og suður fyrir nesið.

Þeir höfðu gert byggðir sínar upp frá vatninu og voru sumir skálarnir nær vatninu en sumir firr. Nú voru þeir þar þann vetur. Þar kom alls engi snjár og allur fénaður gekk þar úti sjálfala.

11. kafli

En er vora tók geta þeir að líta einn morgun snemma að fjöldi húðkeipa reri sunnan fyrir nesið, svo margir sem kolum væri sáð og var þó veift á hverju skipi trjánum.

Þeir brugðu þá skjöldum upp og tóku kaupstefnu sín á millum og vildi það fólk helst kaupa rautt klæði. Þeir vildu og kaupa sverð og spjót en það bönnuðu þeir Karlsefni og Snorri. Þeir höfðu ófölvan belg fyrir klæðið og tóku spannarlangt klæði fyrir belg og bundu um höfuð sér og fór svo um stund. En er minnka tók klæðið þá skáru þeir í sundur svo að eigi var breiðara en þvers fingrar breitt. Gáfu þeir Skrælingjar jafnmikið fyrir eða meira.

Það bar til að griðungur hljóp úr skógi er þeir Karlsefni áttu og gall hátt við. Þeir fælast við Skrælingjar og hlaupa út á keipana og reru suður fyrir land. Varð þá ekki vart við þá þrjár vikur í samt.

En er sjá stund var liðin sjá þeir sunnan fara mikinn fjölda skipa Skrælingja svo sem straumur stæði. Var þá veift trjánum öllum rangsælis og ýla allir Skrælingjar hátt upp. Þá tóku þeir rauða skjöldu og báru í mót.

Gengu þeir þá saman og börðust. Varð þar skothríð hörð. Þeir höfðu og valslöngur Skrælingjar.

Það sjá þeir Karlsefni og Snorri að þeir færðu upp á stöngum Skrælingjarnir knött mikinn og blán að lit og fló upp á land yfir liðið og lét ililega við þar er niður kom.

Við þetta sló ótta miklum yfir Karlsefni og lið hans svo að þá fýsti einskis annars en halda undan og upp með ánni því að þeim þótti lið Skrælingja drífa að sér öllum megin og létta eigi fyrr en þeir koma til hamra nokkurra. Veittu þeir þar viðtöku harða.

Freydís kom út og sá er þeir héldu undan. Hún kallaði: "Hví rennið þér undan slíkum auvirðismönnum, svo gildir menn er mér þætti líklegt að þér mættuð drepa þá svo sem búfé? Og ef eg hefði vopn þætti mér sem eg mundi betur berjast en einnhver yðvar."

Þeir gáfu öngvan gaum hvað sem hún sagði. Freydís vildi fylgja þeim og varð hún heldur sein því að hún var eigi heil. Gekk hún þá eftir þeim í skóginn en Skrælingjar sækja að henni. Hún fann fyrir sér mann dauðan, Þorbrand Snorrason, og stóð hellusteinn í höfði honum. Sverðið lá hjá honum og hún tók það upp og býst að verja sig með. Þá koma Skrælingjar að henni. Hún tekur brjóstið upp úr serkinum og slettir á sverðið. Þeir fælast við og hlaupa undan og á skip sín og héldu á brottu. Þeir Karlsefni finna hana og lofa happ hennar.

Tveir menn féllu af Karlsefni en fjórir af Skrælingjum en þó urðu þeir Karlsefni ofurliði bornir. Fara þeir nú til búða sinna og íhuga hvað fjölmenni það var er að þeim sótti á landinu. Sýnist þeim nú að það eina mun liðið hafa verið er á skipunum kom an annað liðið mun hafa verið þversýningar.

Þeir Skrælingjar fundu og mann dauðan og lá öx hjá honum. Einn þeirra tók upp öxina og höggur með tré og þá hver að öðrum og þótti þeim vera gersemi og bíta vel. Síðan tók einn og hjó í stein og brotnaði öxin. Þótti honum þá öngu nýt er eigi stóð við grjótinu og kastaði niður.

Þeir þóttust nú sjá þótt þar væru landskostir góðir að þar mundi jafnan ófriður og ótti á liggja af þeim er fyrir bjuggu.

Síðan bjuggust þeir á brottu og ætluðu til síns lands og sigldu norður fyrir landið og fundu fimm Skrælingja í skinnhjúpum, sofnaða, nær sjó. Þeir höfðu með sér stokka og í dýramerg, dreyra blandinn. Þóttust þeir Karlsefni það skilja að þessir menn myndu hafa verið gervir brott af landinu. Þeir drápu þá. Síðan fundu þeir Karlsefni nes eitt og á fjölda dýra. Var nesið að sjá sem mykiskán væri af því að dýrin lágu þar um næturnar.

Nú koma þeir Karlsefni aftur í Straumsfjörð og voru þar fyrir alls gnóttir þess er þeir þurftu að hafa.

Það er sumra manna sögn að þau Bjarni og Guðríður hafi þar eftir verið og tíu tigir manna með þeim og hafi eigi farið lengra, en þeir Karlsefni og Snorri hafi suður farið og fjórir tigir manna með þeim og hafi eigi lengur verið í Hópi en vart tvo mánuði og hafi sama sumar aftur komið.

Karlsefni fór þá einu skipi að leita Þórhalls veiðimanns en annað liðið var eftir og fóru þeir norður fyrir Kjalarnes og ber þá fyrir vestan fram og var landið á bakborða þeim. Þar voru þá eyðimerkur einar allt að sjá fyrir þeim og nær hvergi rjóður í. Og er þeir höfðu lengi farið fellur á af landi ofan úr austri og í vestur. Þeir lögðu inn í árósinn og lágu við hinn syðra bakkann.

12. kafli

Það var einn morgun er þeir Karlsefni sáu fyrir ofan rjóðrið flekk nokkurn sem glitraði við þeim og æptu þeir á það. Það hrærðist og var það einfætingur og skaust ofan á þann árbakkann sem þeir lágu við. Þorvaldur Eiríksson rauða sat við stýri.

Þá mælti Þorvaldur: "Gott land höfum vér fengið."

Þá hleypur einfætingurinn á brott og norður aftur og skaut áður í smáþarma á Þorvald. Hann dró út örina.

Þá mælti Þorvaldur: "Feitt er um ístruna."

Þeir hljópu eftir einfætingi og sáu hann stundum og þótti sem hann leitaði undan. Hljóp hann út á vog einn. Þá hurfu þeir aftur. Þá kvað einn maður kviðling þenna:

Eltu seggir,

allsatt var það,

einn einfæting

ofan til strandar

en kynlegr maðr

kostaði rásar

hart of stopir,

heyrðu, Karlsefni.

Þeir fóru þá í brott og norður aftur og þóttust sjá Einfætingaland. Vildu þeir þá eigi lengur hætta liði sínu. Þeir ætluðu öll ein fjöll, þau er í Hópi voru og þessi er nú fundu þeir, og það stæðist mjög svo á og væri jafnlangt úr Straumsfirði beggja vegna.

Fóru þeir aftur og voru í Straumsfirði hinn þriðja vetur. Gengu menn þá mjög sleitum. Sóttu þeir er kvonlausir voru í hendur þeim er kvongaðir voru. Þar kom til hið fyrsta haust Snorri son Karlsefnis og var hann þá þrívetur er þeir fóru á brott.

Höfðu þeir sunnanveður og hittu Markland og fundu Skrælingja fimm. Var einn skeggjaður og tvær konur, börn tvö. Tóku þeir Karlsefni til sveinanna en hitt komst undan og sukku í jörð niður. En sveinana höfðu þeir með sér og kenndu þeim mál og voru skírðir. Þeir nefndu móður sína Vethildi og föður Óvægi. Þeir sögðu að konungar stjórnuðu Skrælingjalandi. Hét annar þeirra Avaldamon en annar hét Valdidida. Þeir kváðu þar engi hús og lágu menn í hellum eða holum. Þeir sögðu land þar öðrumegin gagnvart sínu landi og gengu menn þar í hvítum klæðum og æptu hátt og báru stangir og fóru með flíkur. Það ætla menn Hvítramannaland. Nú komu þeir til Grænlands og eru með Eiríki rauða um veturinn.

13. kafli

Þá Bjarna Grímólfsson bar í Grænlandshaf og komu í maðksjá. Fundu þeir eigi fyrr en skipið gerist maðksmogið undir þeim. Þá töluðu þeir um hvert ráð þeir skyldu taka. Þeir höfðu eftirbát þann er bræddur var seltjöru. Það segja menn að skelmaðkurinn smjúgi eigi það tré er seltjörunni er brætt. Var það flestra manna sögn og tillaga að skipa mönnum bátinn svo sem hann tæki upp. En er það var reynt þá tók báturinn eigi meir upp en helming manna. Bjarni mælti þá að menn skyldu fara í bátinn og skyldi það fara að hlutföllum en eigi að mannvirðingum. En hver þeirra manna vildi fara í bátinn sem þar voru, þá mátti hann eigi við öllum taka. Fyrir því tóku þeir þetta ráð að hluta menn í bátinn og af kaupskipinu. Hlutaðist þar svo til að Bjarni hlaut að fara í bátinn og nær helmingur manna með honum. Þá gengu þeir af skipinu og í bátinn er til þess höfðu hlotist.

Þá er menn voru komnir í bátinn mælti einn ungur maður íslenskur sá er verið hafði förunautur Bjarna: "Ætlar þú Bjarni að skiljast hér við mig?"

Bjarni svarar: "Svo verður nú að vera."

Hann segir: "Svo með því að þú hést mér eigi því þá er eg fór með þér frá Íslandi frá búi föður míns."

Bjarni segir: "Eigi sé eg hér þó annað ráð til eða hvað leggur þú hér til ráðs?"

Hann segir: "Sé eg ráðið til að við skiptumst í rúmunum og farir þú hingað en eg mun þangað."

Bjarni svarar: "Svo skal vera og það sé eg að þú vinnur gjarna til lífs og þykir mikið fyrir að deyja."

Skiptust þeir þá í rúmunum. Gekk þessi maður í bátinn en Bjarni upp í skipið og er það sögn manna að Bjarni létist þar í maðkahafinu og þeir menn sem í skipinu voru með honum. En báturinn og þeir er þar voru á fóru leiðar sinnar til þess er þeir tóku land og sögðu þessa sögu síðan.

14. kafli

Annað sumar eftir fór Karlsefni til Íslands og Guðríður með honum og fór hann heim til bús síns í Reynines. Móður hans þótti sem hann hefði lítt til kostar tekið og var hún eigi heima þar hinn fyrsta vetur.

En er hún reyndi að Guðríður var skörungur mikill fór hún heim. Og voru samfarar þeirra góðar.

Dóttir Snorra Karlsefnissonar var Hallfríður móðir Þorláks byskups Runólfssonar. Þau áttu son er Þorbjörn hét. Hans dóttir hét Þórunn, móðir Bjarnar byskups. Þorgeir hét sonur Snorra Karlsefnissonar, faðir Yngveldar, móður Brands byskups hins fyrra.

Og lýkur þar þessi sögu.

www.ingramcontent.com/pod-product-compliance
Lightning Source LLC
Chambersburg PA
CBHW050907120626
46554CB00003B/1059